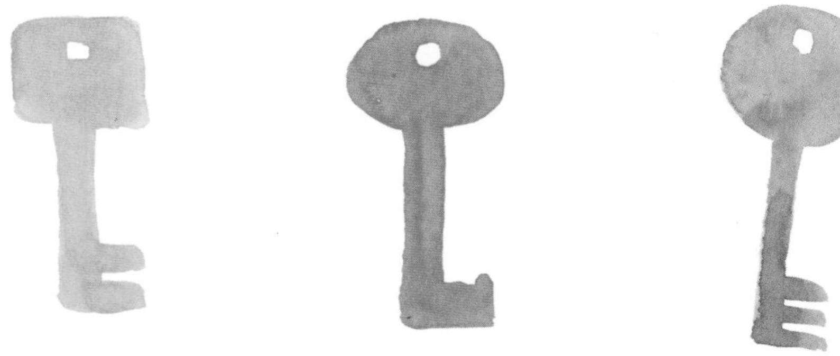

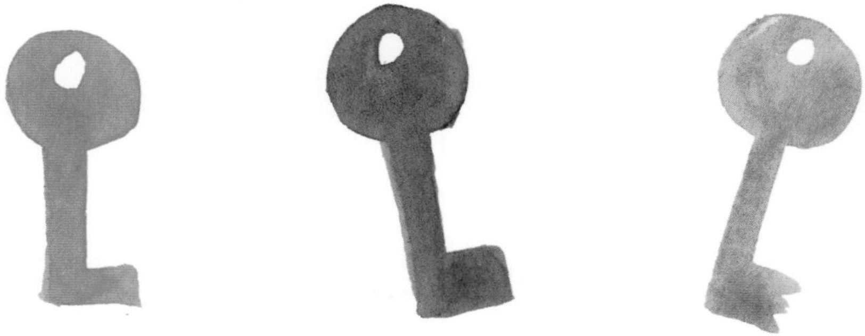

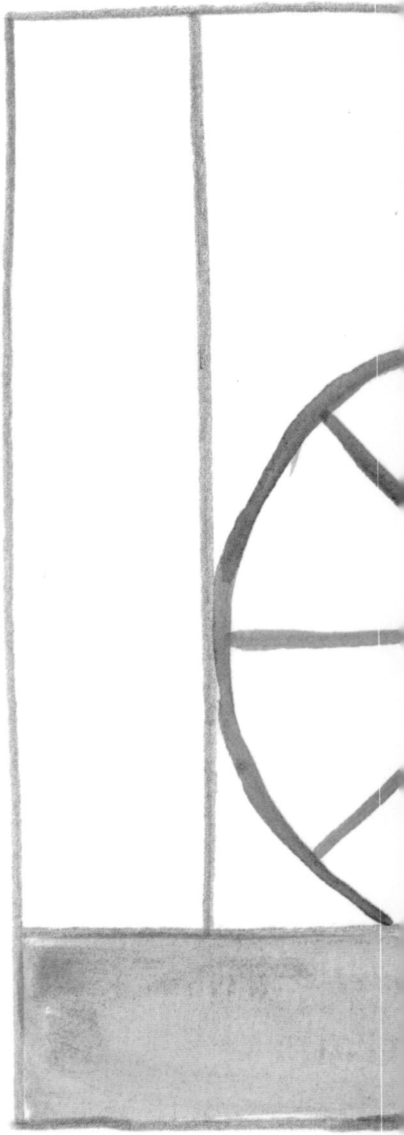

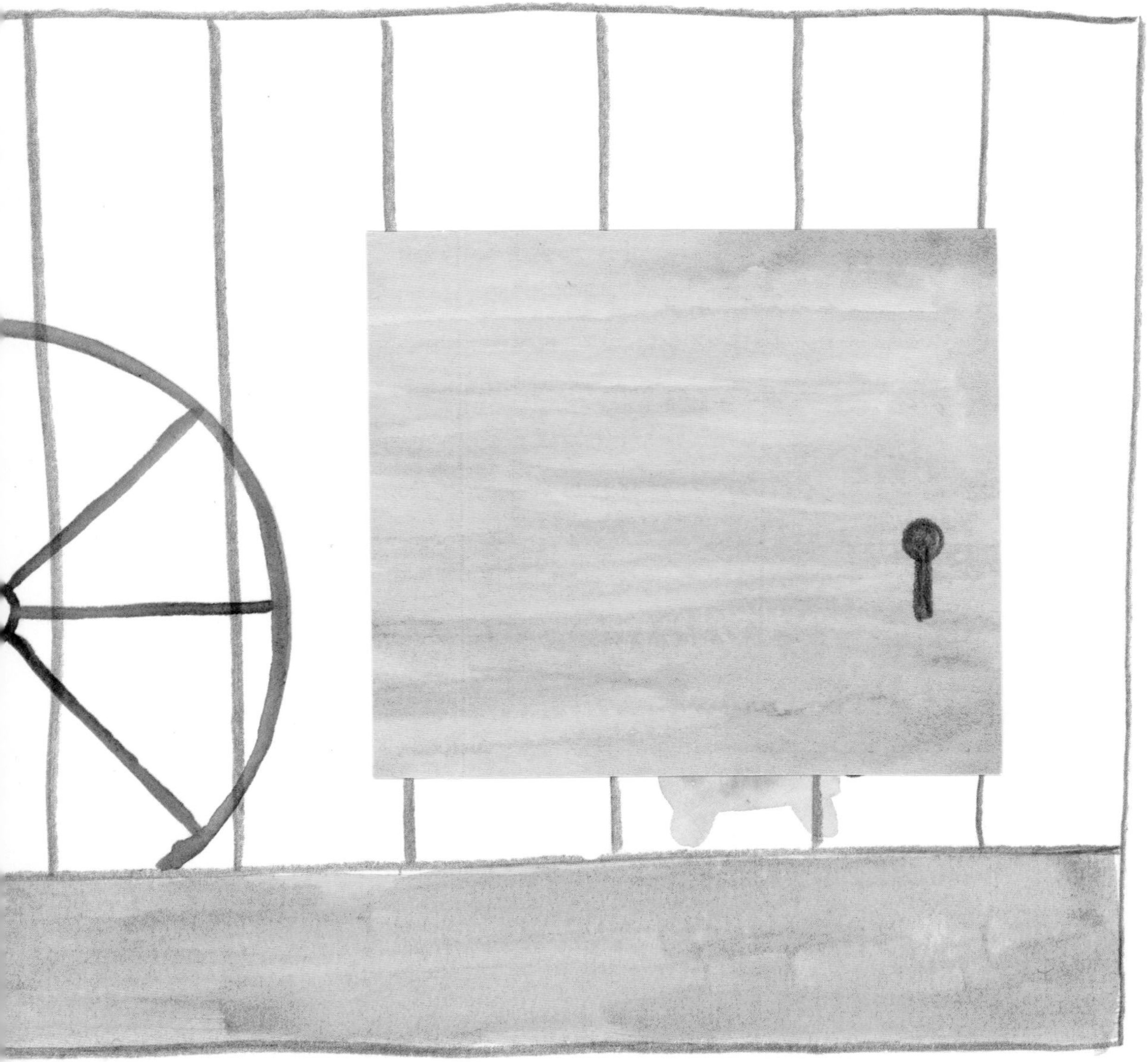

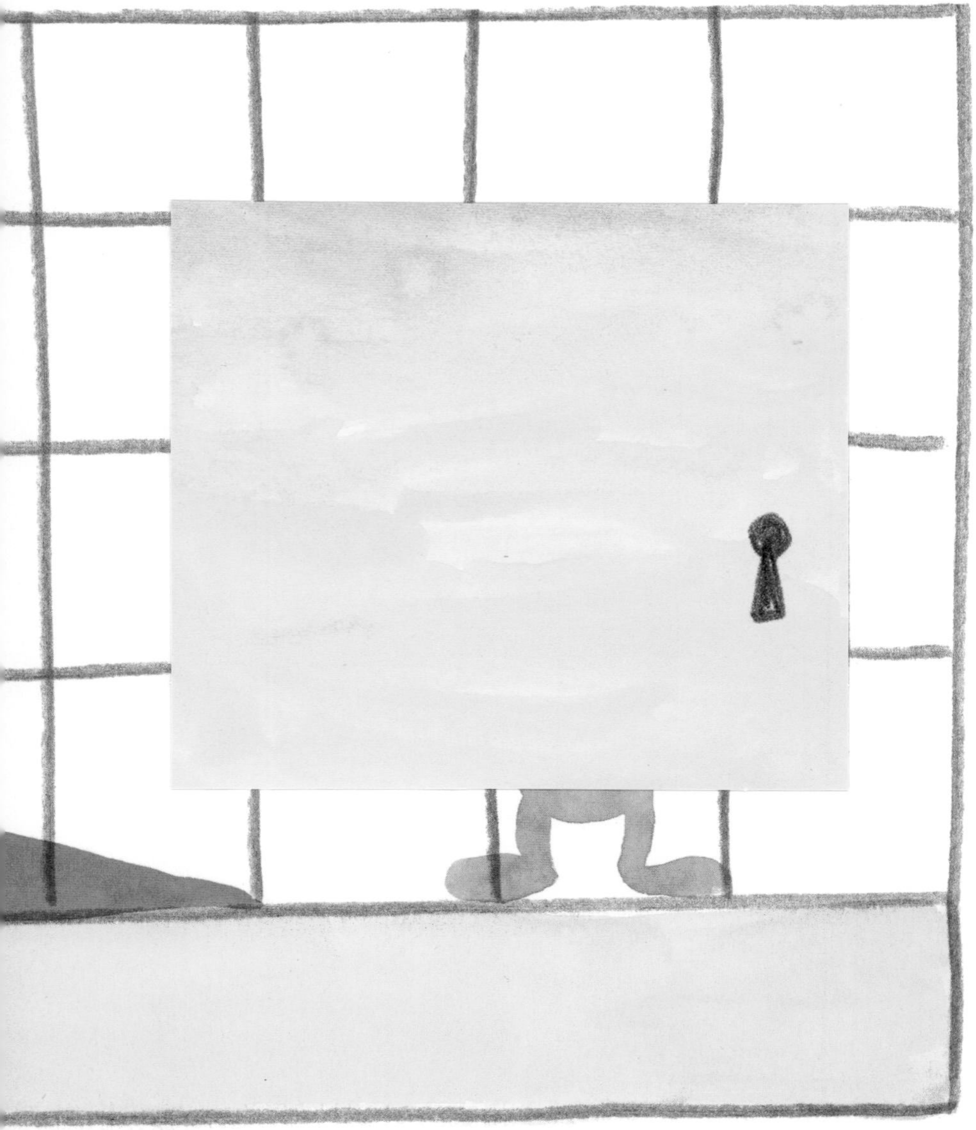

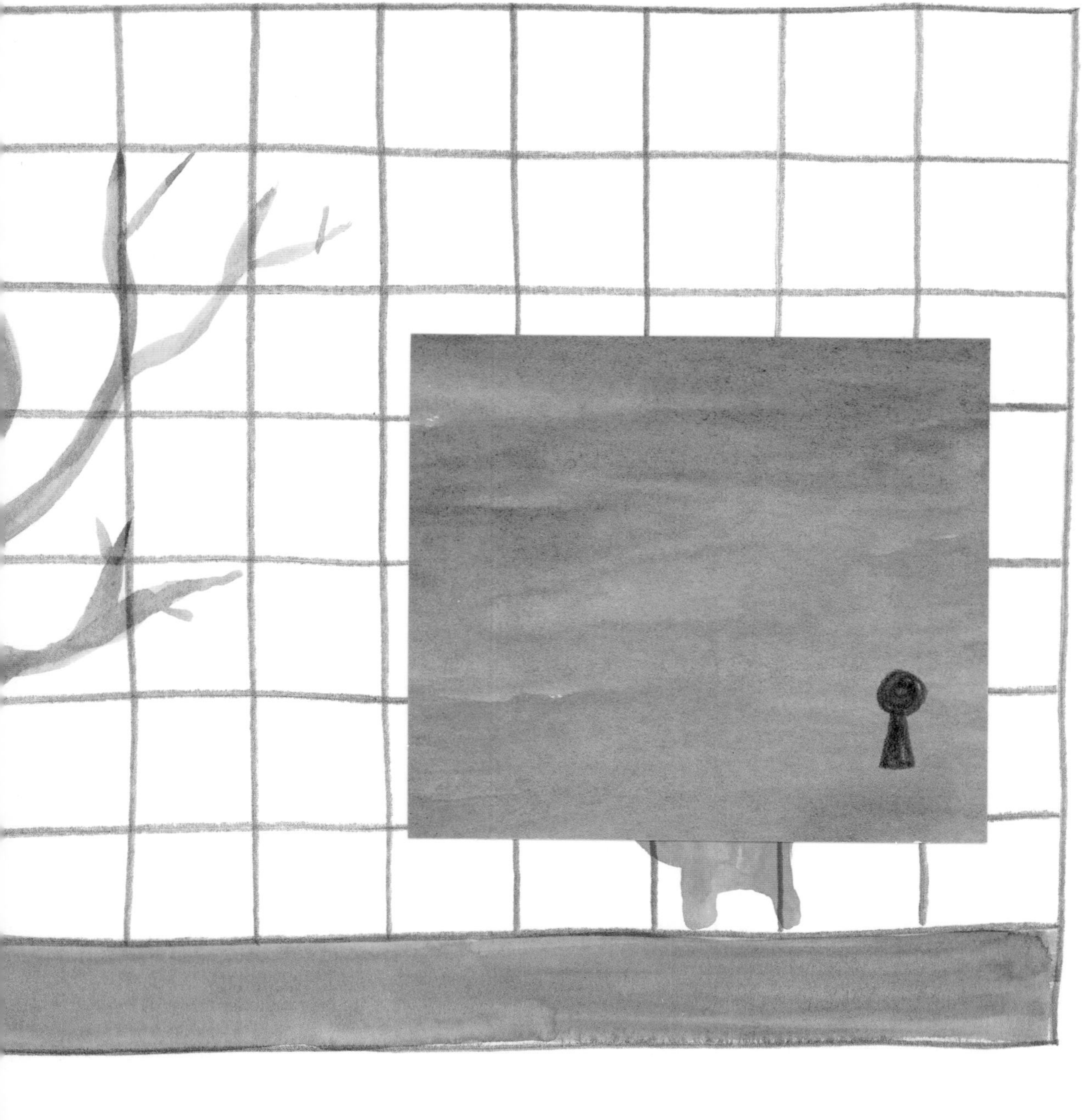

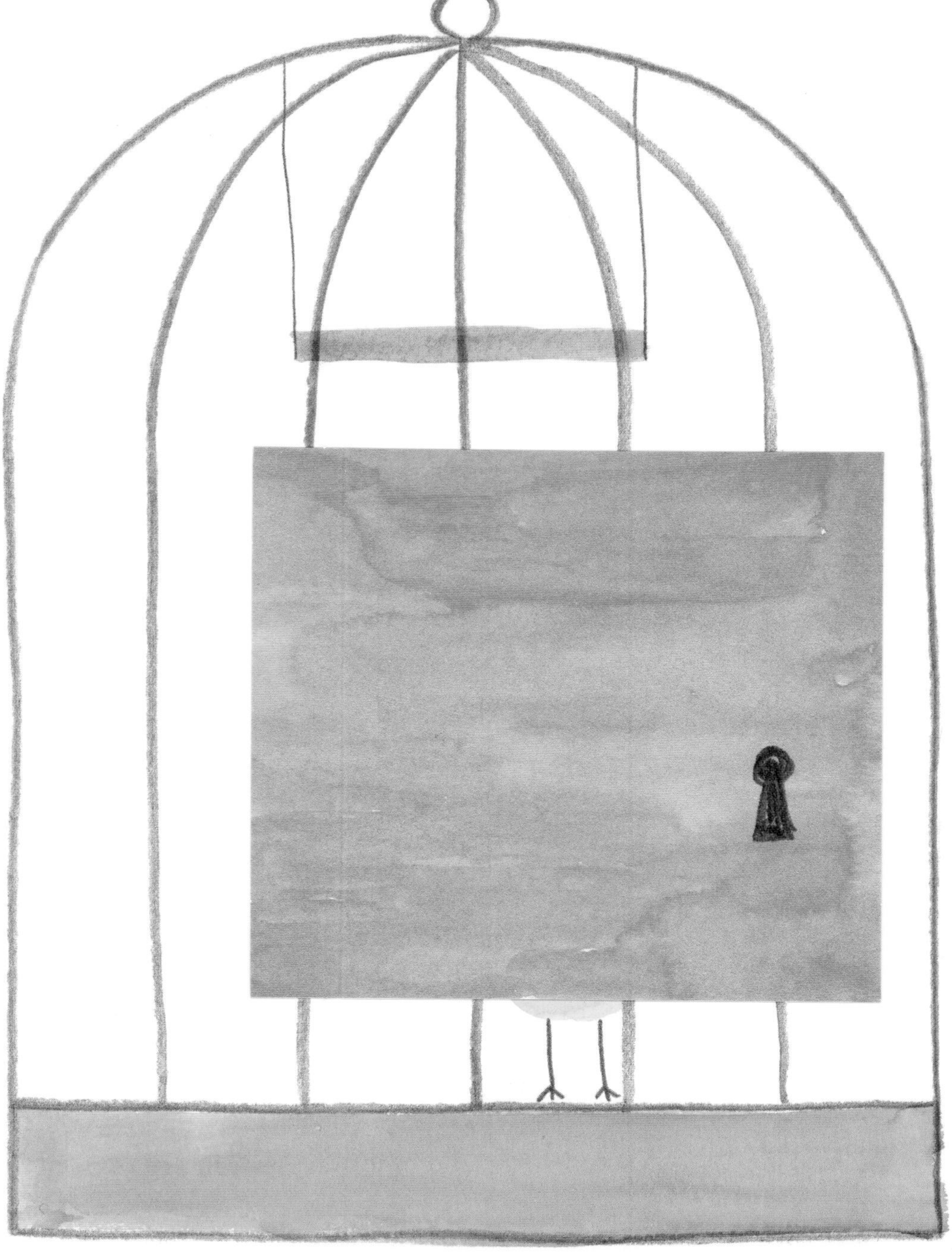

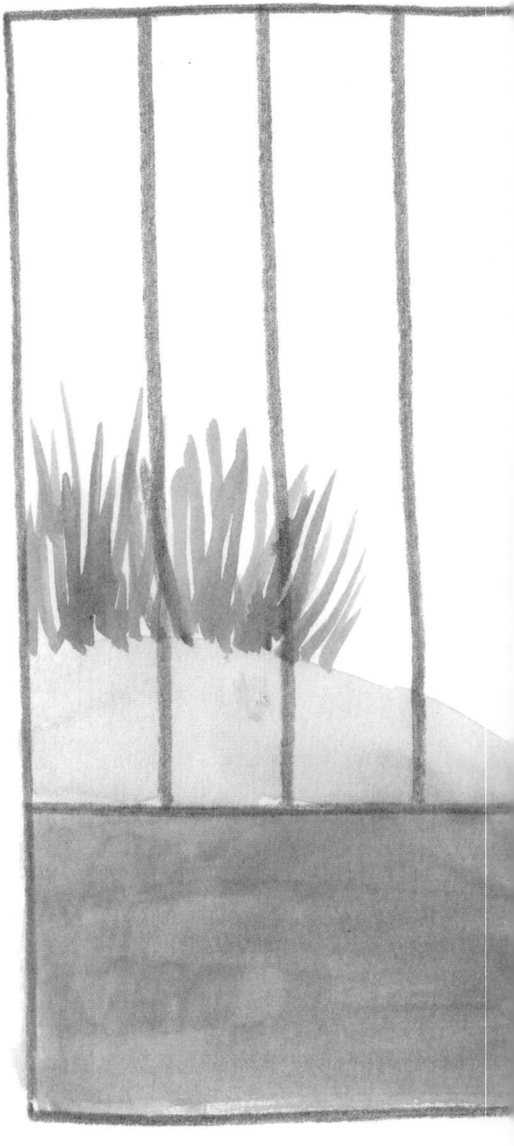

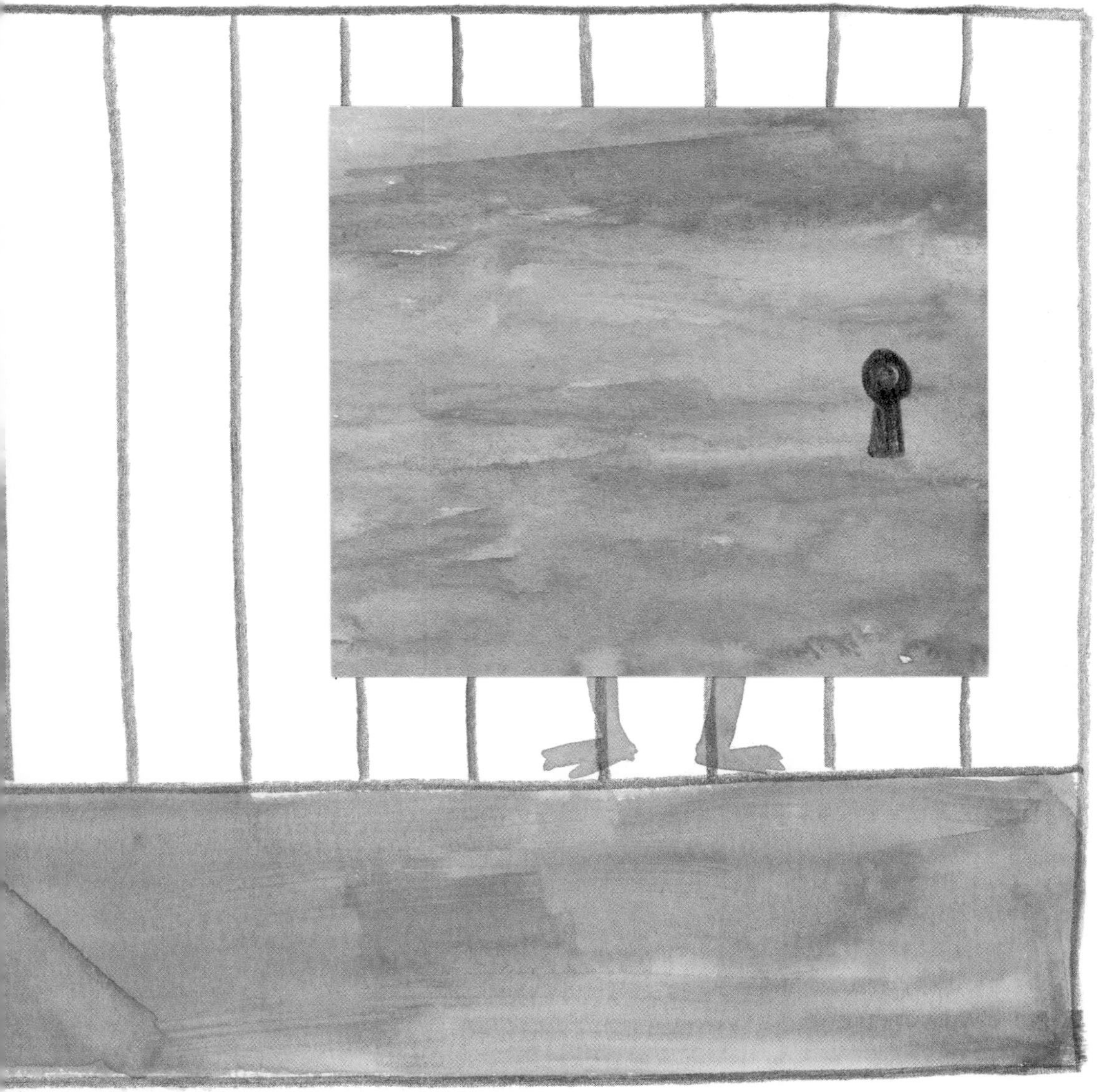

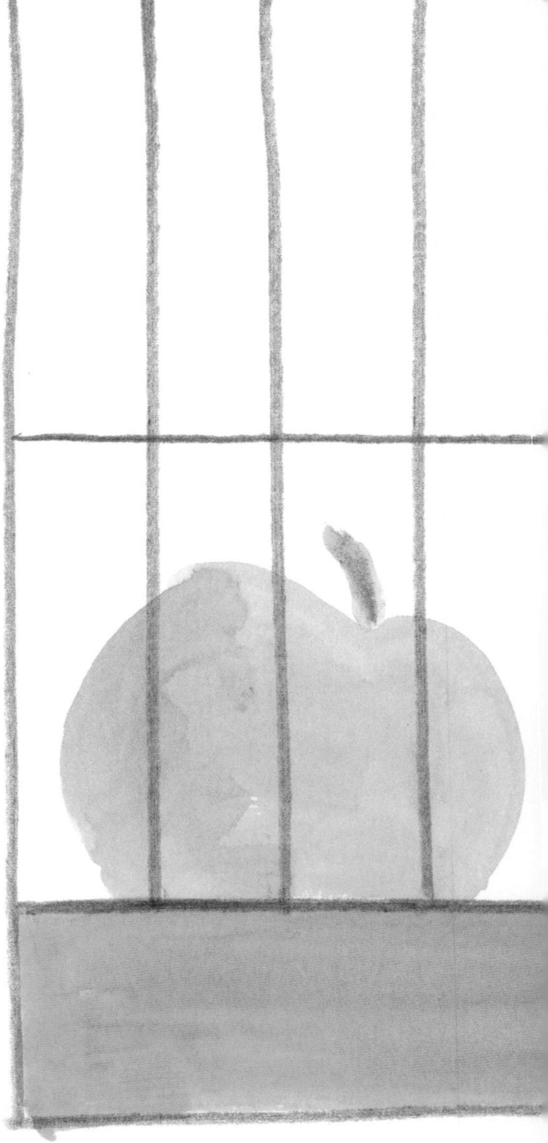

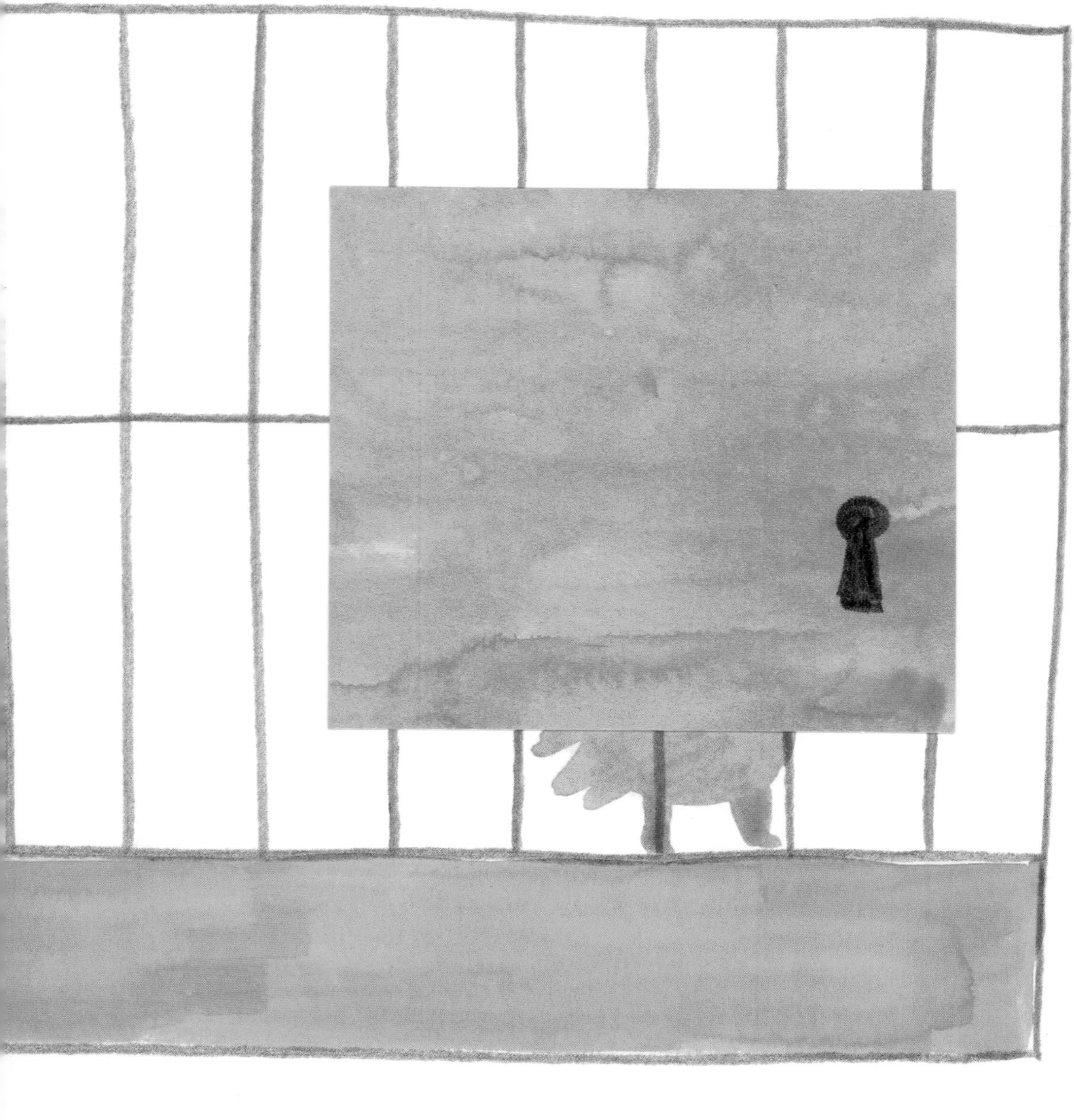

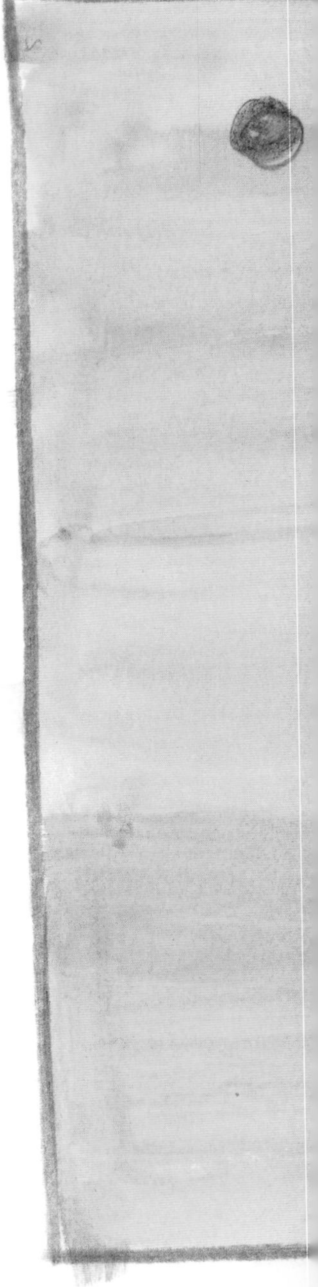

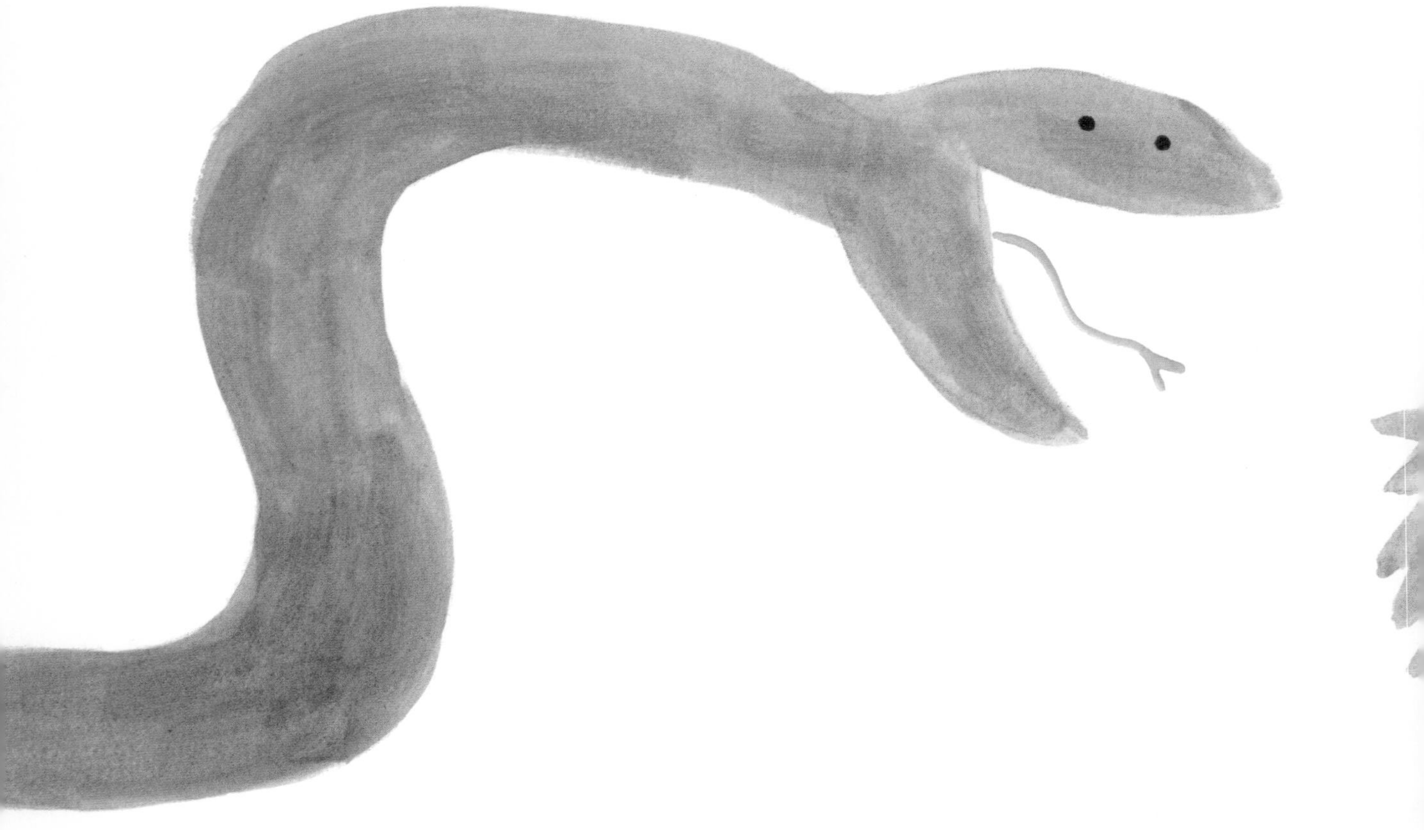

AAAAHHHHHHHHHHHH!

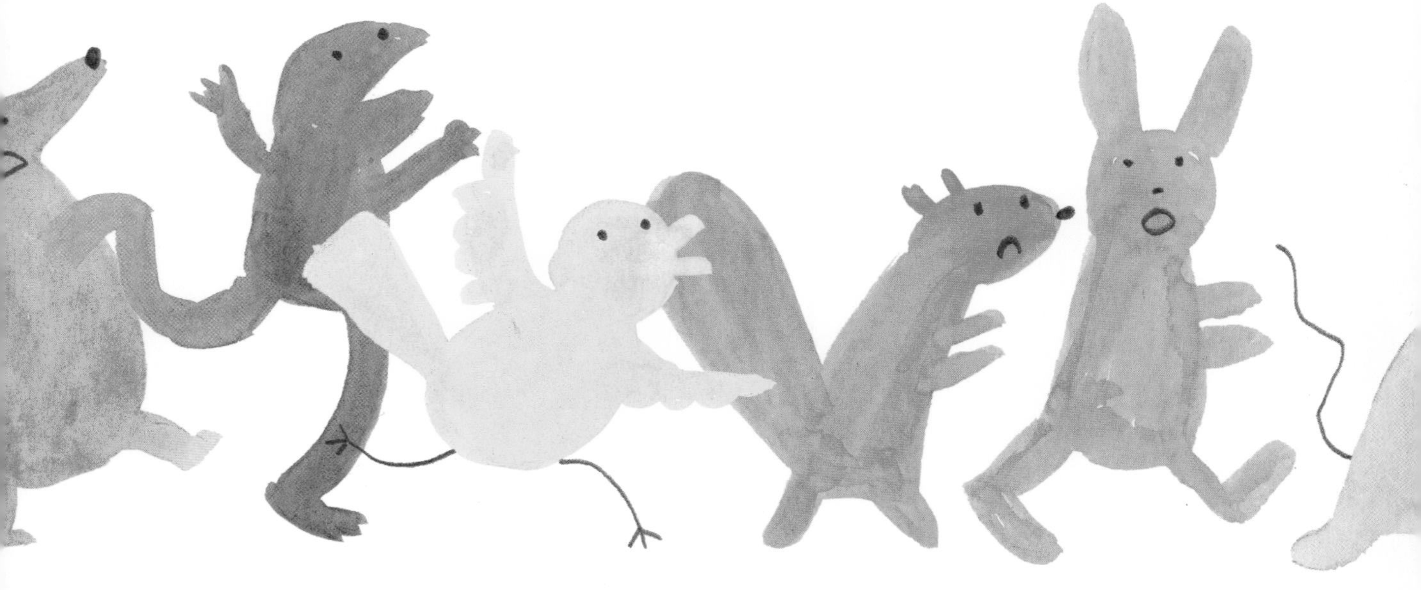